Sống An Lạc Dù Đời Không Đẹp Như Mơ

Live Peacefully Though Life is not Beautiful as a Dream

Thích Nữ Giới Hương

Tủ sách Bảo Anh Lạc 34

Sống An Lạc
DÙ ĐỜI KHÔNG ĐẸP NHƯ MƠ

Live Peacefully
THOUGH LIFE IS NOT BEAUTIFUL AS A DREAM

(Song ngữ Việt - Anh)

Thích Nữ Giới Hương

Nhà Xuất Bản Hồng Đức

Contact:

HUONG SEN BUDDHIST TEMPLE

19865 Seaton Avenue, Perris, CA 92570, USA

Tel: 951-657-7272 Cell: 951-616-8620

Email: huongsentemple@gmail.com

Fanpage: Huong Sen

(https://www.facebook.com/Huong.Sen.Riverside)

Web: www.huongsentemple.com

MỤC LỤC

LỜI GIỚI THIỆU

Đạo Phật là từ bi (tình thương) và trí tuệ (hiểu biết). Từ là ban vui, bi là cứu khổ. Có trí tuệ hiểu biết mới ban phát tình thương ban vui dứt khổ cho nhân thế. Như vậy, thông điệp giải thoát của Đức Phật là biết khổ, chuyển hóa khổ, biết vui và ban an vui.

Triết lý này của ngài đã được tuyên ngôn hơn hai nghìn sáu trăm năm và vẫn còn giá trị thiết thực lớn lao cho nhân loại trên khắp thế giới. Đó là lý do, tập sách nhỏ này xin đề cập đến vài phương pháp của Đức Thế Tôn đã hướng dẫn để chúng ta hướng tâm đến xây dựng một nếp sống an lạc hạnh phúc. Những phương pháp như *cách sống thiện, bớt phiền não, luôn nghĩ về người khác nhiều hơn là chính mình, thi ân mà không cần báo đáp, tu tập chánh pháp là cơ hội và cũng là trách nhiệm để tạo ra một thế giới tốt đẹp, hạnh phúc, tránh không làm khổ mình và người, luôn nhận ra lỗi lầm và xin lỗi vì sai lầm do mình tạo nên,* và v.v… Đây là những suy nghĩ, lập trường sống đưa đến lời nói và hành động hướng thượng. Đây cũng là những trạch pháp thiết thực hiệu nghiệm để tăng trưởng nếp sống an lạc cho mình và người mà Ni Sư TN Giới Hương đã trình bày trong một khóa tu ở Chùa Giác Ngộ, Quận 5, TpHCM.

Trân trọng giới thiệu đến quý độc giả xa gần và kính xin quý vị hoan hỉ bổ túc cho những thiếu sót không thể tránh khỏi.

Nhân dịp này, chúng tôi cũng xin trân trọng cảm ơn Bhikkhunī Viên Quang, Bhikkhunī Liên Hiếu, và Pamela C. Kirby (biên tập viên tiếng Anh làm trợ lý cho việc dịch, đọc, thiết kế và xuất bản tiếng Anh).

Thành kính tri ân.

Mùa Đông thành phố Perris, 2019

Hương Sen Press, USA

SỐNG AN LẠC
DÙ ĐỜI KHÔNG ĐẸP NHƯ MƠ

Theo như kinh Phật, loài người chúng ta đang đối diện với bao nhiêu điều thống khổ? Đức Phật dạy có tám nỗi khổ đau mà nhân loại ở đời ai cũng phải đối mặt, trong đó có "Cầu bất đắc khổ". Chính vì lẽ đó, nên ta thấy cuộc đời không đẹp như ta nghĩ. Tuy nhiên, cuộc đời không đẹp như mơ là do những điều ta mong cầu không được như ý muốn, chứ bản chất cuộc sống không phải vậy. Cuộc sống vốn đẹp cho những người có tư tưởng lạc quan.

Bởi cuộc đời đẹp hay không là do tâm ta tương tác với đời như thế nào. Cho nên, mục đích của cuốn sách nhỏ này là giúp chúng ta làm thế nào để sống tích cực, an lạc dù cuộc đời không đẹp như ta mong đợi. Hay nói khác hơn, nếu mỗi người trong chúng ta đều biết ứng dụng và phát huy lời Phật dạy thì mỗi người sẽ biết cách chuyển hóa nỗi khổ niềm đau, biết cách chấp nhận, đối diện với những điều bất như ý trong cuộc sống với tâm bình thản, tự tại, an lạc. Vậy làm thế nào để sống an lạc?

Vâng, con người ở đời, muốn sống an lạc thì căn bản là tâm không còn khổ đau. Và theo lời Phật dạy, nỗi khổ của chúng sanh ở đời thì muôn ngàn nhưng tựu trung lại đều nằm trong bát khổ (tám nỗi khổ). Những nỗi khổ đau đó là: sanh, già, bệnh, chết, cầu không được như ý, thương yêu phải chia lìa, ghét nhau nhưng vẫn hội ngộ, sự thịnh suy của thân ngũ ấm. Đây là khổ đế, chân lý chắc thật, một sự thực về bản chất khổ cho ta thấy tất cả nỗi khổ đau trên thế gian này, mà mỗi chúng sanh đều phải chịu: «Này các Tỳ kheo, sanh là khổ, già là khổ, bịnh là khổ, tử là khổ, sống chung với người mình không ưa thích là khổ, xa lìa người thân yêu là khổ, mong muốn mà không được là khổ, tóm lại chính thân ngũ uẩn là khổ."[1]

Đề tài bài viết này sẽ liên quan đến nỗi khổ số 7 trong 8 khổ, tức do điều mong cầu không như ý muốn là chúng ta thấy đời không như mơ.

Người xưa dạy: "Tâm bất biến giữa dòng đời vạn biến". Vâng, đó chính là tinh thần tùy duyên bất biến của đạo Phật. Và nhờ vào tinh thần này, người con Phật luôn sống an lạc giữa thịnh suy của dòng đời. Có nhiều cách để sống vững chãi an lạc giữa đời như:

1. Không phiền não

2. Luôn nghĩ về người khác nhiều hơn là chính mình

3. Thi ân mà không cần báo đáp

4. Tu tập chánh pháp là cơ hội và cũng là trách nhiệm tạo ra một thế giới tốt đẹp, hạnh phúc

5. Không làm khổ mình và làm khổ người

6. Luôn nhận ra lỗi lầm và xin lỗi vì sai lầm do mình tạo nên.

1. BỚT PHIỀN NÃO

Phiền não về căn bản là tham, sân si. Sống an lạc là tâm bớt buồn phiền, oán, hận, tật đố, bớt tham, sân, si; luôn vui tươi, phấn khởi, nhẹ nhàng, tự tại như mây bay, tâm không gợn chút oán hận thế sự. Cho nên, một ngày sống an lạc trước hết phải là một ngày không oán hận, không muộn phiền hay bớt oán hận, phiền muộn. Nhân đây, xin kể một câu chuyện như sau:

Ngày nọ, Ni sư trụ trì mang rất nhiều túi nhựa và rất nhiều củ khoai tây thật to đặt trên chiếc bàn. Sau đó, Ni sư phát cho quý Phật tử và bảo «Quý vị nhắm mắt lại và tự hỏi lòng mình:

---

1   Kinh chuyển pháp luân, Dhammcakkappavattana Sutta, Tương Ưng V.

Nếu tâm mình có gợn lên sự phiền buồn chán sư muội A, sư tỷ B, bực mình chúng ni trong chùa, oán giận ai, hoặc không muốn tha thứ lỗi lầm cho ai, không ưa ai, ghen tị với ai, liếc háy ai… thì hãy viết tên của từng người đó lên từng củ khoai tây rồi cho vào túi nhựa. Nếu có 10 vị mình ghim trong tâm thì viết tên 10 vị không ưa hay oán hận vô 10 củ khoai".

Trong kinh Lăng nghiêm, Đức Phật nói: "Trực tâm là đạo tràng", nên phải chân thành nói ra, viết ra nguyên nhân của bịnh thì mới trị được bệnh. Nếu chân thành viết đúng những người mình ghét, không ưa hay hờn mát chút chút cũng viết xuống thì thực tế cho thấy, chỉ vài phút sau, chiếc túi của quý vị sẽ nặng và đầy khoai tây. Thậm chí có người, một túi không chứa hết khoai, phải thêm một, hai, ba túi nữa kèm theo. Sau đó, Ni sư trụ trì yêu cầu quý Phật tử hãy mang theo bên mình túi khoai tây đó đi bất cứ nơi đâu và bất cứ khi nào trong một tuần lễ, giống như mình mang theo ví tiền và thẻ căn cước công dân vậy. Đi đâu cũng mang theo, đi xe buýt thì cũng để kế bên, đi chợ cũng mang theo, về nhà thì mang vào tận giường ngủ, thậm chí khi vui chơi có tiệc tùng sinh nhật cùng bạn bè cũng phải đem theo. Kết quả cho thấy, chỉ sau một thời gian ngắn ba ngày hay bảy ngày, quý vị sẽ bắt đầu cảm thấy mệt mỏi và phiền toái vì lúc nào cũng có một túi khoai nặng nề kè kè bên cạnh. Tình trạng này còn tệ hơn nữa khi những củ khoai tây bắt đầu thối rữa, rỉ nước, mọc nấm, mọc rễ hôi thối.

Cuối cùng, đến một lúc nào đó, quý vị quyết định quăng hết số khoai ấy đi và khi đó sẽ cảm thấy thật nhẹ nhàng thoải mái vì hưởng được trạng thái tay không nhẹ nhàng. Cũng vậy, lòng oán hận, không ưa, không thích, thù ghét người này và người kia đã làm chúng ta thật nặng nề, không an lạc và khổ sở. Càng oán ghét và không tha thứ cho người khác, ta càng giữ lấy gánh nặng khó chịu ấy mãi trong lòng. Thế nên, tâm an lạc là trạng thái đẹp nhất trong đời người.

Đức Phật dạy: "Ngũ uẩn giai không, duyên sinh, vô ngã" (năm ấm vốn là không, do nhân duyên sanh, không có cái ta). Thế nên, nếu có ai nói xấu về mình, thì hãy xem lời nói đó như một cơn gió thoảng qua, chẳng có chi đáng để phiền não. Bởi những lời nói không thể thay đổi được sự thật mà chỉ làm tâm ta thêm rối loạn. Giữ tâm an bình, không phiền não, thì sự thật rồi sẽ được phơi bày.

Có câu nói rằng: "Người nhục mạ bạn, họ chỉ nhục mạ ý nghĩ của họ có về bạn, tức là họ nhục mạ chính họ!" Cho nên, ta sân si với đời là ta đang tự làm khổ chính ta, chứ chẳng phải ai khác. Vì vậy, quý vị hôm nay, sau khi đã tham dự khóa tu một ngày an lạc hãy buông bỏ hết "những gánh nặng" trong tâm, để khoảng trống cho tâm hồn lãnh thọ Phật pháp, để nụ hoa tâm luôn nở giữa dòng đời và để tâm kia không nặng nợ kiếp người.

Vâng, chúng ta cất tiếng khóc chào đời với đôi bàn tay trắng, lúc lìa đời cũng trắng tay, nào có mang theo được gì qua kiếp sống bên kia ngoài nghiệp thức. Thế nhưng, vì lòng tham, sân, si có gốc rễ từ vô minh đã khiến ta khi còn hiện hữu cứ mãi tham cầu, bám víu, gánh nặng, chất chứa phiền muộn để rồi mãi khổ đau trong vòng luân hồi sanh tử. Cho nên sự cảm thông, lòng vị tha, xóa ghen ghét, hận thù là hạnh tu an lạc, là món quà vô giá ta trao tặng cho đời và cũng là cho chính ta vậy.

2. LUÔN NGHĨ VỀ NGƯỜI KHÁC NHIỀU HƠN LÀ CHÍNH MÌNH.

Nữ nhà văn Hellen Keller đã từng nói: "Tôi đã khóc vì không có giày để đi, cho đến khi tôi nhìn thấy một người không có chân để mang giày".

Thật vậy, chúng ta hay tủi thân vì nhìn thấy người khác có những thứ mà mình không có, như chị đó có mái tóc đẹp, có đôi giày xinh, nhưng chúng ta đâu biết rằng chung quanh mình còn nhiều lắm những mảnh đời bất hạnh. Thế nên, trước khi chúng ta oán trách, ganh ty, phiền muộn, chán nản với mình, với cuộc đời này, xin hãy nhìn những mảnh đời xung quanh chúng ta như ca dao Việt Nam thường nói: "Nhìn lên ta chẳng bằng ai, nhưng nhìn xuống ta hơn nhiều người."

Nếu bạn cảm thấy không hài lòng vì mái tóc mình không được đẹp như chị A, anh B, hay đôi giày mình mang không vừa ý, thì hãy nghĩ đến những người bị ung thư rụng hết tóc, những người bị cụt chân tay không thể mang giày, đeo nhẫn…

Nếu bạn hỏng xe dọc đường, bạn cảm thấy mệt mỏi, bực bội vì phải cuốc bộ vài dặm mới tìm ra người giúp đỡ, thì hãy nghĩ tới những người liệt cả đôi chân.

Quả thật, so với những bịnh nhân tật nguyền ấy, chúng ta thật vô cùng may mắn và hạnh phúc khi được quyền bước đi bằng chính đôi chân của mình. Bởi đôi chân ấy có thể đưa bạn đến bất kỳ nơi nào bạn muốn. Vì vậy, chúng ta phải biết quý trọng thân thể mình. Và nếu không may đôi chân ta phải nặng nề hơn trên con đường thì chớ vội nản lòng, khó chịu bởi ở đâu đó có rất nhiều người đang khát khao được bước đi như mình dù chỉ với một chân….

Nếu bạn cảm thấy đời mình bị mất mát và băn khoăn về ý nghĩa của kiếp người, thì xin hãy nhìn xung quanh bạn có biết bao người đã không còn cơ hội tiếp tục được trải nghiệm cuộc sống của tuổi trẻ như bạn. Cho nên, hãy biết ơn cuộc sống này, vì bạn vẫn còn cơ hội được nhìn thấy ánh dương của ngày mới.

Và đừng bao giờ nghĩ rằng mình kém may mắn trong cuộc đời này. Thay vào đó, hãy luôn biết trân trọng từng phút giây khi chúng ta được sinh ra, được thở và tồn tại trong cuộc đời này.

Nếu bạn cảm thấy mình là nạn nhân của những nhỏ nhen, nghi kỵ, cay nghiệt, thối nát, thì hãy nhớ rằng ngoài kia còn có lắm người phải chịu những điều tồi tệ hơn thế nữa. Cho nên, đừng ngước lên để rồi so đo, toan tính, hãy tập nhìn xuống để thấy mình còn may mắn lắm so với bao người trên cõi đời này.

Quán sát như vậy, chúng ta mới thấy nỗi khổ của mình không là gì cả, để thấy được rằng mình vẫn còn may mắn hơn, hạnh phúc hơn những người khác, để biết cảm thông, thấu hiểu và sẻ chia nỗi đau nỗi khổ với những người quanh ta, để tâm lý hẹp hòi, so đo toan tính không còn hiện hữu nơi mỗi người. Được như vậy, chúng ta mới thật sự sống an lạc dù đời không đẹp như mình nghĩ.

Khi chúng ta nuôi dưỡng và tăng trưởng lòng từ bi và tất nhiên những tâm sân hận, ghen ghét, tật đố cũng theo đó không còn tồn tại. Và như thế, khổ đau trong ta và trong tất cả mọi người sẽ không còn hiện hữu.

"... Cảm ơn đời mỗi sớm mai thức dậy,

Ta có thêm ngày nữa để yêu thương ..."

Vâng, người con Phật với hạnh nguyện dấn thân vào đời ác trược, không thể vô cảm, dửng dưng trước bao nỗi thống khổ của số đông. Hạnh này khó làm nhưng chỉ cần xuất phát từ tình thương yêu thật sự, một tình thương không toan tính thì dẫu việc khó mấy cũng thành. Bởi khi tâm không còn phân biệt, tình thương ấy nhất định sẽ đong đầy, tròn vẹn. Và khi cho đi tình thương như vậy, việc tu tập và hạnh nguyện của người con Phật mới thật sự viên mãn.

3. THI ÂN MÀ KHÔNG CẦN BÁO ĐÁP

Phẩm hạnh thi ân (ban ân) không cần báo đáp trong kinh Phật gọi là Bố Thí Ba La Mật. Đây là một trong sáu pháp Ba La Mật (Lục độ Ba La Mật) – Sáu phẩm hạnh của một vị hành giả dấn thân phụng sự mang lợi ích cho mình và tất cả mọi người theo tinh thần Phật dạy.

Nhân đây, xin kể một câu chuyện:

Có một người phụ nữ mù đón taxi đến một tòa nhà. Lúc đến nơi, đồng hồ hiện thị số tiền là $100. Vị tài xế vì có lòng cảm thông với người phụ nữ mù nên bảo: "Tôi không thu tiền của cô, bởi vì so với cô, việc kiếm tiền của tôi chắc là dễ dàng hơn". Vừa lúc này, từ trong khu cư xá, một người đàn ông có dáng vẻ của một ông chủ đi ra. Ông cũng lên chiếc xe taxi đó rồi đi. Trên đường, hai người đàn ông vui vẻ chuyện trò cùng nhau. Khi xuống xe, đồng hồ hiển thị là $100 nhưng người đàn ông lấy ra số tiền $200 và nói: "Tiền này bao gồm cả số tiền của người phụ nữ lúc nãy. Tôi cũng không phải vĩ đại gì, nhưng chắc là việc kiếm tiền của tôi cũng dễ dàng hơn cậu một chút, hy vọng cậu có thể tiếp tục làm việc tốt".

Và một câu chuyện thú vị khác:

Vào một đêm bão tuyết, chàng trai tên A đi ô tô và bị mắc kẹt tại khu bão tuyết. Anh A vô cùng lo lắng, nhưng đúng lúc ấy, một người đàn ông (tên Mr.B) đi qua thấy được tình cảnh này liền không nói năng gì mà dùng ngựa của mình kéo ô tô của anh về thị trấn nhỏ. Sau đó, anh A cảm kích và lấy ra nhiều tiền đưa cho Mr.B để tỏ lòng biết ơn. Song, Mr.B nói: "Tôi giúp cậu không cần báo đáp, tôi chỉ mong cậu hứa với tôi một điều, lúc gặp người khác khó khăn phải hết lòng giúp đỡ họ". Vì thế sau này, anh A luôn chủ động giúp đỡ rất nhiều người. Hơn nữa, mỗi lần giúp ai đó, anh ta thường nhắc lại câu mà Mr.B đã nói với mình.

Nhiều năm sau, khi anh ta đột nhiên bị mắc kẹt trong trận lũ quét trên hòn đảo, một nam thanh niên đã liều mình cứu sống anh. Lúc anh A cảm ơn thanh niên kia, không ngờ cậu ta cũng nói một câu giống y như câu mà anh A đã nói vô số lần: "Tôi giúp ông không cần báo đáp nhưng muốn ông hứa lúc gặp người khác khó khăn phải hết lòng giúp đỡ …" Anh A cảm thấy thật ấm áp và thầm nghĩ: Hóa ra, mình đã tặng tình yêu thương che chở cho nhiều người và cuối cùng nó đã thông qua cậu thanh niên này mà trả lại. Những việc tốt mà mình đã làm trong cuộc đời, cuối cùng mình cũng sẽ được nhận lại mọi thứ.

Đời sống sẽ mất đi ý nghĩa nếu chúng ta thấy khó khăn của người mà không quan tâm, không đồng cảm, không giúp đỡ. Trong khi, theo tinh thần đạo Phật, người tu học muốn thành Phật trước phải thành nhân rồi mới thành thánh. Muốn thành nhân thì phải sống có đạo đức. Đạo đức ấy được đo lường bởi cách sống yêu thương, chan hòa với vạn loài hữu tình và vô tình. Cho nên, hy vọng rằng, mỗi người trong chúng ta ai cũng sẽ thực hiện và truyền nhiệt huyết thiện tâm ấy đến cho tất cả mọi người để cuộc sống con người vơi bớt khổ đau, để cuộc đời luôn tươi đẹp như bản chất vốn có của nó. Có như vậy, chúng ta sẽ góp phần biến cõi ta ba này thành cõi tịnh độ, niết bàn an lạc. Bởi cõi tịnh độ hay niết bàn theo tinh thần Phật dạy, không phải là một thế giới huyền ảo, xa xôi nào khác hay một cảnh giới sau khi con người mất đi; khi tâm con người không còn tham, sân, si, phiền muộn ngự trị thì tịnh độ chính tại đây, niết bàn cũng tại đây, ngay khi ta đang hiện hữu ở cõi đời này.

4. TU TẬP CHÁNH PHÁP LÀ CƠ HỘI VÀ CŨNG LÀ TRÁCH NHIỆM ĐỂ TẠO RA MỘT THẾ GIỚI TỐT ĐẸP, HẠNH PHÚC

Ngày nay khoa học kỹ thuật ngày càng phát triển giúp con người có được cuộc sống tiện nghi hơn, thế nhưng kéo theo đó là những hệ quả mặt trái khôn lường, trong đó điều đáng lo ngại nhất là sự thoái hóa đạo đức của con người trong xã hội hiện đại. Hay nói khác hơn, đạo đức của con người đang tỷ lệ nghịch với sự phát triển vượt bậc của khoa học công nghệ trong xã hội hiện đại. Thế nên, với những ai sống theo lẽ phải sẽ không khỏi bị hoang man khi những chuẩn mực đạo đức bị xem thường, quên lãng. Và đạo Phật chính là chân lý tối hậu để giải quyết vấn nạn trên. Thế nên, tu tập theo những điều đạo đức Phật dạy là điều rất cần thiết cho con người ở mọi thời đại.

Thật vậy, tu học chánh pháp giúp mỗi người có được sự bình an nơi nội tâm. Khi tâm bình an, ta đối diện và ứng xử với mọi người, với cuộc đời cũng bình lặng như thế. Nghĩa là một khi tâm không còn những phiền não, cấu uế, ta sẽ chẳng còn tâm hơn thua, tranh đấu, ganh ghét với bất kỳ ai trong cuộc đời; ta đón nhận và san sẻ với mọi người bằng tình yêu thương, vô ngã, vị tha. Nhờ vậy, cuộc đời sẽ vơi bớt khổ đau, thế giới sẽ an bình như bản lai của nó. Thế nên mới nói, "Tâm bình thế giới bình" là vậy.

Ai gieo hạt giống lành

Người ấy có quả ngọt

Ai nuôi dưỡng từ bi

Người ấy có hạnh phúc.

Vâng, từ bi là chất liệu đưa đến tình thương yêu bền vững. Tình thương ấy là tình thương không vị kỷ theo tinh thần Phật dạy, một tình thương đong đầy, không bị phai mờ bởi uế trược của dòng đời. Và để có được tình thương bền vững ấy, mỗi người cần "Gieo hạt giống lành" nơi "Mảnh đất tâm" của mình bằng cách tu học chánh pháp để chuyển hóa nỗi khổ niềm đau cho mình và mọi người. Được như vậy, hạt giống lành kia mới nảy mầm xanh cho đời nhiều quả ngọt. Thế nên, chất liệu từ bi luôn đem lại hạnh phúc cho mình và cho nhân sinh là vậy.

Nếu hạnh phúc theo quan điểm của người đời là địa vị, uy quyền, tài sản, danh vọng, sắc đẹp, v.v…, thì hạnh phúc của người học Phật không vị kỷ như vậy. Hạnh phúc của người tu học chánh pháp là niềm thanh thản, an lạc nơi thân tâm mỗi người. Tâm an lạc là tâm ít muốn biết đủ, không chấp trước, không tham cầu; biết chấp nhận và bằng lòng với thực tại của đời mình. Như lời Đức Phật đã dạy trong kinh Bát đại nhân giác rằng:

"Đa dục vi khổ

Sanh tử bì lao

Tùng tham dục khởi

Thiểu dục vô vi

Thân tâm tự tại".

Con người ở đời sở dĩ khổ đau là do tâm nhiều tham muốn. Và chỉ những ai luôn sống với tâm ít muốn biết đủ thì thân tâm mới luôn được an lạc. Lời Phật dạy, đơn giản là vậy nhưng hiệu quả vô cùng lớn lao! Thế nhưng con người ở đời có mấy ai thực hành được như vậy. Chúng ta vì vô minh, vọng kiến ngăn che nên cứ mãi tham lam, đam mê đắm nhiễm vào trần cảnh để rồi mãi khổ đau, trầm luân sanh tử.

Vì vô minh nên lòng còn tham ái

Vì ngã si nên con mãi luân hồi.

Thế nến, những ai luôn tu học và thực hành theo lời Phật dạy, đều có được hạnh phúc tại đây và ngay bây giờ. Hay nói khác hơn, người sống có an lạc là người biết sống trong chánh pháp. Và với năng lượng an lạc nơi nội tâm ấy, người con Phật sẽ luôn bước đi với tâm thái tự tại, an nhiên giữa dòng đời.

5. TRÁNH KHÔNG LÀM KHỔ MÌNH VÀ NGƯỜI

Giữa nhịp đời hối hả, giữa cuộc sống mưu sinh đầy toan tính thiệt hơn, có bao lần mỗi người trong chúng ta tự hỏi vì sao ta khổ và vì sao ta làm khổ mọi người? Hay ta luôn chấp nhận, đón nhận khổ đau để rồi gây khổ đau cho người như là một điều tất yếu rằng: Bởi vì tôi không có được điều tôi muốn, nên tôi khổ.

Bởi vì anh hơn tôi hay anh làm khổ tôi nên tôi cũng gây khổ cho anh. Đây là điều mà người học Phật cần có cái nhìn chánh kiến để không làm khổ mình và khổ người. Vậy, nỗi khổ ấy do đâu mà có?

Ta làm khổ mình vì ta không biết bằng lòng với những gì mình có, không tìm thấy ý nghĩa cuộc sống, không biết cách chuyển hóa nghịch duyên đến với mình. Và người học Phật cốt yếu là để tìm cách chuyển hóa nghịch duyên, chấp nhận thực tại của cuộc đời mình.

Ta làm khổ người vì ta còn tâm đố kỵ, ganh ghét, tham lam, sân hận. Và chỉ có chất liệu từ bi của đạo Phật mới giúp ta xoa dịu nỗi đau cho chính ta và cho tất cả.

Cho nên, sống ở đời muốn được an lạc phải biết buông bỏ cái ta và trần duyên quanh ta.

Như trong kinh Lăng nghiêm, Phật dạy ngài Anan rằng hãy đứng trụ mình lại, không xập xình lên xuống theo duyên bên ngoài, tự mình có nội lực tu tập, công phu, ý chí dõng mãnh kiên cường. Cuộc đời là những mảnh vụn chắp nối của buồn, vui, sướng, khổ; là vị cay của sự phản bội dối lừa, là vị đắng của sự thất bại, là vị mặn chát của cơ cực vất vả, đắng cay. Mỗi mảnh vụn, những cung bậc của cảm xúc ấy đều do bởi nơi ta. Cho nên, người biết tu tập, sẽ luôn biết bằng lòng với thực tại, biết chuyển hóa thân tâm, sống chan hòa với mọi người xung quanh với tâm thái tự tại, an lạc.

Vì vậy, để sống an lạc là cả một nghệ thuật của kiếp người. Bởi ta và người tồn tại trong mỗi mối duyên sinh, như thiền sư Thích Minh Niệm đã nói:

> "Người vẫn ở trong tôi
>
> Như tôi mãi trong người
>
> Chút hờn ghen yếu đuối
>
> Làm nghĩa tình phai phôi".

Vâng, ta làm khổ ta và khổ người chung quy cũng vì lầm nhận "cái ta" (ngã) và "cái của ta" (ngã sở) là thực có, là thường còn. Trong khi Phật dạy, vạn pháp vô ngã thì cái ngã và ngã sở kia có thực sự tồn tại vĩnh hằng không? Cho nên, bản thân ta và những cái mà ta cho là của ta đó, cũng chỉ là một thực thể của duyên sinh nên cũng vô thường, vô ngã. Thế nhưng, con người vì vô minh, lầm nhận thân này là ta, cái này là của ta nên cứ mãi làm khổ cả mình và người là vậy. Vì vậy, người con Phật phải có cái nhìn chánh kiến đối với vạn pháp, để tâm phân biệt kia không còn hiện hữu, để bóng tối vô minh không hiện hữu ở đời.

6. LUÔN NHẬN RA LỖI LẦM VÀ XIN LỖI VÌ SAI LẦM DO MÌNH TẠO NÊN

Ai sống ở đời mà chẳng mắc sai lầm. Điều quan trọng tạo nên giá trị của mỗi người là ở chỗ dám nhận lỗi và xin lỗi. Đây là cả một nghệ thuật sống, một triết lý sống mang lại lợi lạc cho mình và nhân sinh.

Người xưa dạy: "Hãy chân thành xin lỗi để lớn lên bởi thánh nhân nào cũng có một quá khứ và tội nhân nào cũng có một tương lai". Lời dạy này cho chúng ta một niềm tin rằng mỗi người trong chúng ta đều có thể trở thành người vĩ đại và không một ai mà không từng mắc sai lầm (Nhân vô thập toàn).

Thật vậy, là con người ở đời ai mà chẳng mắc sai lầm. Nhưng

điều quan trọng tạo nên nhân cách vĩ đại nơi mỗi người là thái độ nhận lỗi và xin lỗi. Cho nên, nếu chúng ta lỡ phạm lỗi hoặc vô tình hay cố ý, hãy mạnh dạn nhận lỗi và nói lời xin lỗi. Có như vậy, chúng ta mới cảm thấy nhẹ lòng và ngủ ngon giấc. Vậy, chúng ta cần xin lỗi như thế nào?

Xin lỗi không đơn giản là biết lỗi và nhận lỗi mà là ở cách chúng ta thể hiện trách nhiệm với cuộc sống qua thái độ cư xử với mọi người. Hay nói khác hơn, xin lỗi là thái độ sửa chữa lỗi lầm để xoa dịu, xóa tan thù hận do mình gây ra cho người để mọi người có thể tìm thấy tiếng nói chung. Nhưng điều quan trọng trên hết, xin lỗi là cách giúp ta buông bỏ bản ngã, cho đi tình thương bình đẳng giữa mọi người để nhân loại luôn sống với nhau trong hòa bình, yêu thương, hạnh phúc. Và xin lỗi cũng là dịp giúp mọi người học tập điều hay và tránh xa điều chưa tốt để hoàn thiện chính mình.

Nhân đây, xin kể một câu chuyện ngụ ngôn **Chiếc bình nứt**:

Hồi ấy, có một người gánh nước mang hai chiếc bình ở hai đầu đòn gánh. Một trong hai bình ấy bị vết nứt, còn bình kia thì tuyệt hảo, luôn mang về đầy một bình nước. Cuối đoạn đường dài, từ con suối về nhà, chiếc bình nứt lúc nào cũng chỉ còn một nửa bình nước. Suốt hai năm tròn, ngày nào cũng vậy, người gánh nước chỉ mang về có một bình rưỡi nước. Và dĩ nhiên, cái bình nguyên vẹn luôn tự hào về thành tích của nó vì nó nhận thấy mình luôn hoàn thành tốt nhiệm vụ mà mình được tạo ra. Còn chiếc bình nứt tội nghiệp kia, nó xấu hổ về khuyết điểm của mình, nó khổ sở vì chỉ hoàn tất được một nửa công việc mà nó phải làm. Trong hai năm, nó phải chịu đựng cái mà nó cho là thất bại chua cay.

Một ngày nọ, chiếc bình nứt bèn lên tiếng với người gánh nước bên bờ suối: "Con thật là xấu hổ vì vết nứt bên hông làm rỉ mất nước suối dọc đường về nhà bác". Người gánh nước trả lời: "Con không để ý thấy chỉ có hoa mọc bên đường phía của con à? Đó là vì ta luôn biết khuyết điểm của con, nên đã gieo hạt hoa dọc đường bên phía của con và mỗi ngày đi về con đã tưới nước cho chúng… Hai năm nay, ta vẫn hái được nhiều hoa đẹp để trên bàn. Nếu mà con không phải là con như thế này, thì trong nhà đâu thường xuyên có hoa đẹp để thưởng thức như vậy".

Ai trong chúng ta cũng là có lúc là "Chiếc bình nứt". Nhưng chính những vết nứt hay nhược điểm ấy mới khiến cho đời sống chung của chúng ta trở nên phong phú, thú vị hơn. Hay nói khác hơn, mỗi người trong chúng ta đều có nhược điểm. Nhược điểm ấy có thể ta xem là thất bại của ta nhưng biết đâu lại đem lại lợi ích cho nhân sinh ở một khía cạnh nào đó.

Cho nên, chúng ta phải biết chấp nhận cá tính của từng người trong cuộc sống và tìm cho ra cái tốt của họ. Có như vậy, chúng ta mới có thể sống chan hòa với mọi người dù cho cuộc đời không như ta mong đợi.

Một ngày tu an lạc tại các chùa tổ chức- một ngày bước chân vào cổng thiền môn, bỏ lại đằng sau bao hào nhoáng, thị phi của cuộc mưu sinh là phước duyên để ta đón nhận chân lý Phật dạy. Đây là dịp chúng ta được gần gũi các bậc thầy đạo hạnh, các vị thiện hữu, sống trong tình yêu thương bình đẳng, cùng chia sẻ kinh nghiệm tu tập với đồng đạo để mỗi người có thể tự mình chuyển hóa nỗi khổ niềm đau cho chính mình. Vì vậy, hãy biết trân trọng giây phút tu tập hiện tại. Bởi vì nhân duyên tu học chánh pháp dù chỉ một ngày cũng là liều thuốc quý giúp chúng ta thay đổi chính mình, hoàn thiện chính mình góp phần tô điểm sắc hương an lạc cho đời. Hay nói khác hơn, khi tâm an tĩnh thì khổ đau bị đẩy lùi nhường chỗ cho hạnh phúc, an lạc; bóng tối của vô minh sẽ được thay bằng ánh sáng của chân lý, trí tuệ giải thoát. Vì vậy, Đức Phật mới dạy chúng ta "Hãy tự mình thắp đuốc lên mà đi" là vậy.

Lời Phật dạy luôn mãi là chân lý cho bất kỳ ai muốn sống đời an lạc. Chân lý ấy chỉ cho chúng ta thấy rằng: Ai trong chúng ta, dù đẹp hay xấu, dù giàu sang hay nghèo hèn, dù tiếng tăm lừng lẫy hay vô danh trong đời này thì cuối cùng cũng không tránh khỏi thần chết. Nhưng cái chết không đáng sợ, không làm ta khổ hơn lúc chúng ta hiện hữu mà không đem lại lợi lạc gì cho cuộc sống này. Thế nên, giá trị của một con người ở đời, không phải là sự tồn tại dài hay ngắn, mà chính là cách chúng ta đem lại lợi ích bản thân và cho mọi người xung quanh mình. Vì vậy, ngay khi còn hiện hữu, mỗi người học Phật, hãy mở lòng mình, cho đi tình thương bình đẳng, cảm thông và sẻ chia với những mãnh đời bất hạnh quanh mình dù chỉ bằng giá trị tinh thần để yêu thương mãi mãi đong đầy, để cõi ta bà hóa thành tịnh độ. Có như vậy, chúng ta mới an lạc giữa dòng thác luân hồi, mới viên tròn hạnh nguyện dấn thân của người con Phật. Và rồi khi tâm ta bình lặng, ta mới nhận ra hạnh phúc ở đời vốn đến từ những điều bình dị ở đời.

"Mỉm cười nhìn đóa hoa.

Lòng nghi ngờ tan vỡ.

Hạnh phúc ở đây rồi.

Dại khờ tìm muôn thuở".

Vì vậy, hãy tinh tấn tu học chánh pháp, dấn thân phụng sự để đem lại an lạc cho mình và mọi người!

(Thích Nữ Giới Hương thuyết giảng

cho Khóa Tu Một Ngày An Lạc lần thứ 28

tại Chùa Giác Ngộ, Sài gòn, ngày 17/09/2017)

NTRODUCTION

uddhism has two wings: compassion and wisdom (love and understanding). Compassion means to give happiness, kindness means to release suffering. As a result of deep understanding, wisdom arises that gives love to people. Thus, the liberated message of the Buddha is to realize suffering, transform suffering, experience peace, and give peace.

His philosophy has been proclaimed for more than two thousand six hundred years and still has great practical value for mankind. This booklet mentions some ways that the Blessed One has guided us to focus on building a peaceful and happy life. Such methods include *living a moral life, less defilements, always thinking of other people more than ourselves, and giving without the need to be appreciated. Dhamma practice is the opportunity and also the responsibility to create a happy world, to avoid hurting yourself and others and always recognizing mistakes and confessing our wrongdoings.* These are thoughts that lead to words and actions that are spiritually upstream. These are also practical strategies to increase a peaceful life for ourselves and others presented by Venerable Bhikkhuni Giới Hương during a retreat at Giác Ngộ Temple, District 5, Ho Chi Minh City.

We rejoice in introducing readers near and far to the Dhamma and invite corrections and comments from our readers to be incorporated into future printings.

By the way, we also would like to gratefully acknowledge with special thanks Bhikkhunī Viên Quang, Bhikkhunī Liên Hiếu, and Pamela C. Kirby (English editors who worked as my assistants for English translating, proofreading, design, and publication).

Best Regards.

Winter in Perris City, 2019
Hương Sen Press, USA

LIVE PEACEFULLY THOUGH LIFE IS NOT BEAUTIFUL AS A DREAM

According to Buddhist scriptures, what kind of suffering are we facing? The Buddha taught that there are eight sufferings all human beings must face, including "unfulfilled dreams." Because of this, we see that life is not as beautiful as we would wish. In fact, life is not as beautiful as a dream because we feel hopeless when we can't get what we want. However, the nature of life is not so; it is good and filled with challenges to the positive person.

No matter if life is beautiful or not, it is important how our mind interacts with life. Therefore, the purpose of this booklet is to help you to live positively and peacefully, even if life is not as beautiful as you expected. In other words, if each one of us knows how to apply and promote the Buddha's teachings, we will comprehend how to transform pain, how to accept, how to deal with the unreasonable things in life with peace. So how we can live peacefully?

Yes, humans in this life want to live peacefully, to avoid suffering basically. And according to the Buddha's teachings, the suffering of beings are many thousands. There are eight sufferings: birth, old age, sickness, death, wanting to be satisfied, being separated from what we love, and having to meet with those whom we hate. The Buddha taught in the First Noble Truth[2] that clinging to the aggregates, the constituents of our experience (form, feeling, perception, mental formations, and consciousness) causes suffering:

---

2 Dhammcakkappavattana Sutta, Samyutta Nikàya v. https:// encyclopediaofbuddhism.org/wiki/Four_Noble_Truths

"What is the Noble Truth of suffering? Birth is suffering, aging is suffering, sickness is suffering, dissociation from the loved is suffering, not getting what one wants is suffering. In short the five categories affected by clinging are suffering."

The way to end suffering is to first accept the fact that suffering is actually a fact of life. The topic of this book relates to the seventh of the eight sufferings, failing to get what we want, so we feel life is not a happy dream.

There is a saying: "Mind is stillness in the variable flow of life." Yes, that is the immutable spirit of Buddhism. Thanks to this spirit, the Buddha lives peacefully in the midst of the life stream. There are many ways to live peacefully:

1. Less defilements

2. Always think of other people more than yourself.

3. Give without the need to be acknowledged.

4. Dhamma practice is the opportunity and the responsibility for creating a good and happy world.

5. Do not hurt yourself or others.

6. Always recognize mistakes and apologize for mistakes you make.

1. LESS DEFILEMENTS

The basic defilements are greed, hatred, and ignorance. A peaceful life is a heart without or less sadness, resentment, hatred, and jealousy. We always keep a happy meditative heart as light as the flying clouds. Let your spirit be empty of anger and resentment. A peaceful day means a day without defilements.

This story illustrates the concept:

One day, a bhikkhuni abbess brought a lot of plastic bags and potatoes to the table. She said to her nun disciples, "Close your eyes and ask yourselves: If your mind starts to hate sister A, sister B, if you are angry or resentful of the nuns at the temple, or if you do not forgive, or are jealous, you must write the name of each person you are having problems with on a potato and put it in a plastic bag. If you dislike ten people, please write ten names on ten potatoes and put them in a bag. This means you are putting your hate and anger inside the ten potatoes.

In the Surangama Sutra, the Buddha said that "Straightness is the bodhi place," so we must be truthful about our faults, be honest about our sick reasonings, then the physician can cure our disease. If we make an honest list of the people we are angry with, our bag might be heavy and full of potatoes. Sometimes there is not even room in one bag and we must add one, two, three more bags. Later, the bhikhuni abbess asked the nuns to carry that bag of potatoes with them wherever they went for a week. Wherever they went, taking a bus, going to the market, going home, going to bed, even when having fun at friend's birthday, they must bring these potato bags with them. As a result, after only a short time, they began to feel tired and troubled because there was always a bag of heavy potatoes next to them. This situation is even worse when the potatoes began to rot, drip, sprout, and stink.

Finally, at some point, they decided to throw all the potatoes away. Without the heavy load of hate, they began to feel comfortable, unburdened, and enjoyed a gentle state. The resentment, jealousy, and hatred made them heavy, unsettled, and miserable. The more we hate and do not forgive others, the more we hold the unpleasant burden in our hearts. Therefore, the peaceful mind is the most easeful state in human life.

The Buddha said, "The five aggregates are impermanent, dependent-origination, non-self."[3] So, if anyone speaks badly about us, we contemplate the gossips as a blowing wind and we are not troubled by the gossip. If we focus on the rumors, this will only make our mind more confused. Just calm down and try not to be disturbed, and the truth will be exposed as time passes.

There is a saying, "If someone humiliates you, it means they

____
3   Ibid.

are the ones with ugly thoughts, not you; they bring shame only to themselves!" When we are angry at someone or just angry at life, this is our own making and we should not blame anyone else. Today, after attending this peaceful retreat, let go of the "burdens" in your heart, letting it heart be free so we have space in our mind to receive dharma. Then, if we are always mindful and bright we will enjoy life.

When we were born, we cried with two empty hands. When we die, we will leave life with our two empty hands. We cannot bring anything other than our karma. However, greed, anger, and defilements rooted in ignorance have caused us to exist for a long time in the world of samsara. When we exist, we will continue to keep on grasping, burdening, afflicting, and suffering; we do not know how to get out of the rebirth. Sympathy, altruism, forgiveness, being free from anger, loving and caring for others is the best way to lead a happy peaceful life. This is a priceless gift we give other persons and ourselves.

2. ALWAYS THINK OF OTHER PEOPLE MORE THAN OURSELVES

The writer Hellen Keller once said, "I cried because there were no shoes to wear until I saw someone with no feet."

Indeed, we are embarrassed to see other people who have things that we do not have. Some girls have nice hair, beautiful shoes, but we do not realize there are many unlucky people around us. Therefore, before we become jealous, full of sorrow, depressed, complaining about ourselves, with our life, we should look closely at people around us. As a Vietnamese folk song says, "Looking up, we have not gained as much as others, but looking down in society, we are happier and more blessed than some others."

For instance, if you are not satisfied with your hair; it is not as beautiful as others or your shoes do not fit and aren't as nice as your friend's, then you must think about the cancer patients who have lost their hair, or those who are handicapped without legs and arms.

If your car breaks down, you might feel tired and frustrated because you had to walk a few miles to find help, then you should remember paralysis victims.

Compared to those people, we feel extremely lucky and happy to be walking on our own legs. Thanks to our legs, we can walk wherever we want.

We must know how to respect our bodies and if our legs get tired on the road, we should not be discouraged and annoyed because somewhere in the world there are many people who would love to walk like us.

If you feel you are lost and you wonder about the meaning of human life, then you should look around. There are many people who have no opportunity to experience youth as you. So, lets be grateful for this life, because you still have the opportunity to see the sunshine of a new day. Do not think that you are unlucky in this life. Instead, you should always cherish every moment you breathe and exist in this life.

If you feel that you are the victim of harshness or corruption, then you should remember that there are many people in life who are worse off. So, please do not look up to compare; try to look down in society to see how fortunate you are.

With such a contemplation, we recognize that our suffering is nothing and see that we are more fortunate and happier than many. Let the narrow mind and measurement no longer exist in each person. Being so, we live peacefully even though life is not as beautiful as we would wish.

When we nurture and increase compassion, of course anger and jealousy no longer exist.

"Thank you life for every morning we wake up

We have more days to love . . ."

Yes, the Buddha's disciples have the good will to engage in

life. We cannot be indifferent to the suffering of human beings. This kind of conduct is difficult, but if it originates from true compasion, a love without calculation, it will be successful, because when the mind is no longer indifferent, it will be filled with kindness and care. And when the Buddha's disciples give such a love to others, their practices and virtues are truly fulfilled.

3. GIVING WITHOUT THE NEED TO BE APPRECIATED

According to Buddhism, doing a favor for someone without need for appreciation is called the perfection of generosity (*dānaparamatthapāramī*). This is one of six paramitas (perfections), the six conducts of a bodhisattva who devotes himself or herself for the sake of many.

A story of a blind woman illustrates this: A woman caught a taxi and when she reached her destination, the clock on the taxi showed the time of arrival with a bill of $100.00. The driver had sympathy for the blind woman's situation, so he told her, "I do not take your money, because it is easier for me to earn money than you." At that time, there was a businessman from a nearby company waiting for the taxi as the blind women got off. In the car on the way out, both men were chatting. At the next stop, the clock showed the miles and charge was also $100. The businessman took out $200 and said, "This amount pays for the blind woman, as well as for me. I am not a rich man, but I think it is a bit easier for me to earn money than you. I wish for to you continue to do good for others."

Another interesting story concerns a young man whose car stalled during a snowstorm. He was worried about being stuck, but at that exact moment, a man passed by, saw the young man's situation and used his horse to pull the stalled car to a small town nearby. After that, the young man felt relieved and grateful to the stranger who had helped him and offered him a large sum of money. The stranger refused the money and said," I helped you without need of your money or gratitude. I just want you to promise me one thing: whenever you see anyone in need, take time to help them." The young man took this advice and became a good person, always finding a way to help others in need. Each time the young man helped someone, he would do the same as the stranger—refusing gifts, money, or gratitude.

Many years later, the young man who had been helped encountered a flood on an island and was rescued by someone who risked his life to save him. When the young man expressed his appreciation, the person responded in the same manner as the stranger in the snowstorm. He said," I helped you without the need of your money or gratitude. I just want you to promise me one thing: whenever you see someone in need, take time to help them." The young man felt joy and comfort at the words and realized that his compassion and kindess had come full circle and had spread to many people. All good things we have done in this lifetime will return to us.

If you bypass those who have hardship and are in need of help, and do not spread your kindness and compassion to others, life will lose its meaning. The Buddha taught that before becoming a great person (bodhisattva), you must first become a good person. To be a good person, you must be moral. Your moral lifestyle will determine if you lead a life with harmony, love, and compassion. We display a Buddhist disciple's way of life by spreading compassion and kindess to others, so they can live a pleasant and beautiful life. If we all live that way, we can gradually obtain enlightenment and make the earth into a pure land. According to the spirit of the Buddha's teaching, the pure land or nirvana is not a magical distant world or realm after death. When the human mind is not reigned over by greed, anger, ignorance, and defilements, then the pureness is here, nirvana is here.

4. DHAMMA PRACTICE IS THE OPPORTUNITY AND ALSO THE RESPONSIBILITY TO CREATE A HAPPY WORLD

Nowadays, science and technology are developing more and more to help people maintain a comfortable life, but the side consequences are incomprehensible. The most worrying thing is the moral degradation of the young generation in a modern society. In other words, human morality is inversely proportional to the rapid development of science and technology. Therefore, those who live in rightfulness will worry when the norms of morality are neglected or forgotten. Buddhism is the ultimate truth to solve this present problem. Therefore, practicing the Buddha's teachings is very necessary.

Indeed, cultivating the dharma helps each one gain an inner peace. When the heart is at peace, we face and deal with people and work with mindfulness. It means when the mind is no longer lost in defilements, is without fighting or jealousy, we receive, contact, and share with others. We are tolerant and approach others with love, selflessness, forgiveness. As a result, life will be less painful and the world will be peaceful. There is a saying, "If the mind balances, the world will balance."

Who sows good seed

They gain sweet fruit

Who nourishes compassion

They are pleasant.

Yes, compassion is the spritual component leading to lasting love. This is selfless love in the spirit of the Buddha, a full compassion not diminished by the impurity in life. To have that lasting compassion, each person needs to sow good seeds in their mind, and cultivate dharma to transform the suffering of ourselves and others. Then, the good seeds will sprout and give sweet fruit. Compassion always brings happiness to oneself and to human life.

According to common opinion, happiness is a high position, authority, property, fame, beauty, and so on. To the Buddhist view, this is not true happiness. The happiness of the Buddhist cultivator is the serenity and peacefulness in the body and mind of each person. A peaceful mind is the one that maintains balance, remains detached, and is not lost in desire We should acccept and be content with the reality of our lives as the Buddha taught in the Discourse on the Eight Realizations of the Great Beings:

More greed is more suffering

Tired by birth and death

Due to this desire

Less desire doing nothing

Mind and body are tranquil.

Humans in the world are full of suffering due to attachment and craving. Only those living with less desire will have a mind and body of repose. This is the Buddha's teaching. It is so simple but has a great effect! However, there are not many people in the world who can do that. Owing to ignorance and wrong view, greed for the world arises and binds us to the life cycle.

Owing to ignorance, craving arises.

Due to self-attachment, the rebirth goes on.

Therefore, those who study and practice the Buddha's teachings are happy here and now. In other words, they know how to live peacefully, know how to live in dharma and with that inner energy, the Buddha's disciples always walk the course of life with a tranquil mind.

5. AVOID HURTING YOURSELF AND OTHERS

In the midst of the hustle and bustle of life, how many times have we wondered why we are suffering and why do we make others suffer? Because I do not get what I want, I suffer. Because you are luckier than me or you hurt me, I must also cause you suffering. This is something that a Buddhist disciple needs to have the right view about to avoid tormenting ourselves and others. So, where does suffering come from?

We torment ourselves because we are not content with what we have, we do not find the meaning of life, and do not know how to change the adversity. The learners of the Buddha's teachings are finding a way to change adversity and accept the reality of life.

We torment others because we have jealousy, greed, and hatred. Only the compassion of Buddhism helps us alleviate the pain for ourselves and all others. Therefore, to be peaceful in life we must know how to give up self-views and attachment to the world around us.

In the Śūraṃgama Samādhi Sūtra, the Buddha taught Anan how to stand alone and avoid attaching to the worldly objects outside. Anan must have had the internal meditative strength and bodhi power. Life is a combination of feelings: sadness, happiness, suffering, joy, betrayal, up, down, sweet success, bitternesss of failure, and so on. The level of emotion is due to our illusion. Therefore, the Buddha's disciples who know the spiritual practice are always are content with reality. With mindfulness, they transform the body and mind and live in harmony with the people around them.

Therefore, to live peacefully is an art of human life. We all have existed in a dependent condition, as Zen Master Thích Minh Niệm said:

<blockquote>
You are still in me

Likewise, I am forever in you

Little jealousy is weak

Making our brothership fade.
</blockquote>

Yes, we torture and cause suffering because we have the wrong view on "self" and "self attachment." While the Buddha teaches that all phenomena are impermanent, have the "self" and "self attachment" really existed forever? Therefore, what we consider to be ours is just an entity of causation that is also impermanent and selfless. However, owing to ignorance, human beings wrongly perceivee this body as their real body. "This is mine" is a result of the illusional consciouness where we think "it's my real mind and the environment is my real world." This wrong view continuously causes suffering for both us and other persons. Therefore, the Buddha's disciples must have the right view about all things, so that the illusional distinction no longer exists, so that the darkness of ignorance does not survive in this life.

6. ALWAYS RECOGNIZE MISTAKES AND CONFESS OUR WRONGDOING

Who lives in the world without mistakes? It is important for each person to acknowledge and apologize. This is a living art, a living philosophy that benefits both us and human life.

There is an ancient teaching: "Seriously apologize to grow up maturely, because every saint has a past and every sinner will have a bright future." This saying gives us a strong belief that each one of us can become great and no one is without mistakes.

Indeed, human beings in life have never existed without mistakes. But the important thing that creates the personality of each person is the attitude of comprehending and apologizing. If we make mistakes, either accidentally or on purpose, we should take responsibility and confess. Then, we will feel light and sleep well. So how do we apologize?

Confession is not just recognizing the fault and apologizing, but also the way we take responsibility for our lives through our attitude towards others. In other words, being sorry is the attitude of correcting mistakes to appease, to dissolve hatred caused by someone so that people can find a common voice. But above all, apologizing is the way to let go of the self, giving equal love to people so that humanity can live together in peace, care, and happiness. Confession is also the opportunity to help people learn the good and stay away from the bad things to improve day by day. There is an interesting fable about a crack earthenware pot:

One time, a person had a job carrying water from the river to the house of customer. Each day, he would fill two earthenware pots with water and set them on each side of a wooden yoke and walked to the house. One of earthenware pots was cracked, so after setting on the porch all day, the cracked earthenware pot was only half full, while the other pot looked fine and was full of water. For two years, this same thing occurred every day. Of course, the uncracked pot held the water and was proud of its fulfillment, while the cracked earthenware pot felt ashamed and unhappy with its shortcoming. The cracked pot felt pain and sorrow, because it can only get half of the work done. For two years, it had to endure its limited capacity.

One day, the cracked earthenware pot talked to the water carrier. It said, "I am so embarrassed because my side is cracked so I leak water on the long road home." The carrier answered: "Do you not see many flowers growing up on your side of the road leading to your home? I have always known that you were cracked and had shortcomings, so I threw flower seeds down at your side on the way back home. Since then, every day on the way home you have watered those seeds. For the past two years I have been picking pretty flowers and placing them in a vase on the table. If you had not been broken, then the house would not have so many flowers to enjoy."

Everyone in life has at one time had a crack like the earthenware pot. However, it is the shortcomings that makes our life great and interesting. Each of us has imperfections in life, but in other situations, those shortcomings can turn into joyful events for many.

So, we all must learn how to accept everyone's defects and personality and try to find the good things in them. In doing so, we can live in harmony with others, even though life is not as beautiful as we would like.

This peaceful retreat day is organized by the temple—one day we step through the meditative gate, leaving behind fame, high position, rumosr, to receive the Buddha's teachings. This is a chance for us to be close to the virtuous masters, the good religious friends, to live in equal love, to share experiences with fellow practitioners so that each person can transform themselves. Even though it is only a day of practice, it is a precious medicine that helps us to change ourselves, perfect ourselves, and contribute to the beauty of life. In other words, when the inner mind is calm, suffering is pushed away and we reach the place of happiness and transquility. The darkness will be replaced by the light of truth, liberation, and wisdom as the Buddha taught us, "You turn on the spiritual torch by yourselves."

The Buddha's teachings are always the truth for anyone who wants to live a pleasant life. The truth shows that whoever, whether beautiful or ugly, wealthy or poor, reputation or unknown in this life, finally he or she inevitably dies. But death is not frightening; it does not make us more miserable when we exist without gaining anything in this life. Therefore, the value of a person in life, no matter if the life is long or short, the importance thing is the way we benefit ourselves and the people around us. So as long as we exist, we should learn the Buddha's teachings, open our heart, and give equal compasion, sympathy, and share with those around us who are miserable. Then, the compasion is forever present in this world. Once life is full of compasion and insight, it naturally turns to be the pure land. As a result, we live transquil in the stream of reincarnation and fulfil our Bodhi attentiveness. When once our mind is calm, we realize the happiness that inherent in the simple things in life.

Smiling, look at the flowers

Suspicion disappears

Happiness is here.

We wasted a long time to find it.

Therefore, let us diligently study dharma; engage ourselves in serving to bring peace to ourselves and everyone!

The lecture of Venerable Thích Nữ Giới Hương
for the 28th Peaceful Retreat
on September 17, 2017, at Giác Ngộ Temple, Sài Gòn

BẢO ANH LẠC BOOKSHELF

1.1. THE VIETNAMESE BOOKS

1) *Bồ-tát và Tánh Không Trong Kinh Tạng Pali và Đại Thừa* (Boddhisattva and Sunyata in the Early and Developed Buddhist Traditions).

2) *Ban Mai Xứ Ấn* (The Dawn in India), (3 tập).

3) *Vườn Nai – Chiếc Nôi* (Phật Giáo Deer Park–The Cradle of Buddhism).

4) *Quy Y Tam Bảo và Năm Giới* (Take Refuge in Three Gems and Keep the Five Precepts).

5) *Vòng Luân Hồi* (The Cycle of Life).

6) *Hoa Tuyết Milwaukee* (Snowflake in Milwaukee).

7) *Luân Hồi trong Lăng Kính Lăng Nghiêm* (The Rebirth in *Śūrangama* Sūtra).

8) *Nghi Thức Hộ Niệm, Cầu Siêu* (The Ritual for the Deceased).

9) *Quan Âm Quảng Trần* (The Commentary of Avalokiteśvara Bodhisattva).

10) *Nữ Tu và Tù Nhân Hoa Kỳ* (A Nun and American Inmates).

11) *Nếp Sống Tỉnh Thức của Đức Đạt Lai Lạt Ma Thứ XIV* (The Awakened Mind of the 14th Dalai Lama).

12) *A-Hàm: Mưa pháp chuyển hóa phiền não* (*Agama – A Dharma Rain transforms the Defilement*), 2 tập.

13) *Góp Từng Hạt Nắng Perris* (Collection of Sunlight in Perris).

14) *Pháp Ngữ của Kinh Kim Cang* (The Key Words of Vajracchedikā-Prajñāpāramitā-Sūtra).

15) *Tập Thơ Nhạc Nắng Lăng Nghiêm* (Songs and Poems of Śūraṅgama Sunlight).

16) *Nét Bút Bên Song Cửa* (Reflections at the Temple Window).

17) *Máy Nghe MP3 Hương Sen* (Hương Sen Digital Mp3 Radio Speaker): Các Bài Giảng, Sách, Bài viết và Thơ Nhạc của Thích Nữ Giới Hương (383/201 bài).

18) *DVD Giới Thiệu về Chùa Hương Sen*, USA (Introduction on Huong Sen Temple).

19) *Ni Giới Việt Nam Hoằng Pháp tại Hoa Kỳ* (Sharing the Dharma - Vietnamese Buddhist Nuns in the United States).

20) *Tuyển Tập 40 Năm Tu Học & Hoằng Pháp của Ni sư Giới Hương* (Forty Years in the Dharma: A Life of Study and Service—Venerable Bhikkhuni Giới Hương), Thích Nữ Viên Quang, TN Viên Nhuận, TN Viên Tiến, and TN Viên Khuông.

21) *Tập Thơ Nhạc Lối Về Sen Nở* (*Songs and Poems of Lotus Blooming on the Way*).

22) *Nghi Thức Công Phu Khuya – Thần Chú Thủ Lăng Nghiêm* (Śūraṅgama Mantra).

23) *Nghi Thức Cầu An – Kinh Phổ Môn* (The Universal Door Sūtra).

24) *Nghi Thức Cầu An – Kinh Dược Sư* (The Medicine Buddha Sūtra).

25) *Nghi Thức Sám Hối Hồng Danh* (The Sūtra of Confession at many Buddha Titles).

26) *Nghi Thức Công Phu Chiều – Mông Sơn Thí Thực* (The Ritual Donating Food to Hungry Ghosts).

27) *Khóa Tịnh Độ – Kinh A Di Đà* (The Amitabha Buddha

Sūtra).

28) *Nghi Thức Cúng Linh và Cầu Siêu* (The Rite for Deceased and Funeral Home).

29) *Nghi Lễ Hàng Ngày - 50 Kinh Tụng và các Lễ Vía trong Năm* (The Daily Chanting Rituals and Annual Ceremonies).

30) *Hương Đạo Trong Đời 2022* (Tuyển tập 60 Bài Thi trong Cuộc Thi Viết Văn Ứng Dụng Phật Pháp 2022 - A Collection of Writings on the Practicing of Buddhism in Daily Life in the Writing Contest 2022).

31) *Hương Pháp 2022* (Tuyển Tập Các Bài Thi Trúng Giải Cuộc Thi Viết Văn Ứng Dụng Phật Pháp 2022 - A Collection of the Winning Writings on the Practicing of Buddhism in Daily Life in the Writing Contest 2022).

32) *Giới Hương - Thơm Ngược Gió Ngàn*, Nguyên Hà.

33) *Pháp Ngữ Kinh Hoa Nghiêm* (2 tập). Thích Nữ Giới Hương.

34) *Tinh Hoa Kinh Hoa Nghiêm*. Thích Nữ Giới Hương. NXB Hương Sen.

35) *Phật Giáo và Đại Dịch Coronavirus Covid-19*. Thích Nữ Giới Hương.

36) *Phật Giáo – Tầm Nhìn Lịch Sử Và Thực Hành*. Hiệu đính: Thích Hạnh Chánh và Thích Nữ Giới Hương.

1.2. THE ENGLISH BOOKS

1) *Boddhisattva and Sunyata in the Early and Developed Buddhist Traditions.*

2) *Rebirth Views in the Śūraṅgama Sūtra.*

3) *Commentary of Avalokiteśvara Bodhisattva.*

4) *The Key Words in Vajracchedikā Sūtra.*

5) *Sārnātha-The Cradle of Buddhism in the Archeological View.*

6) *Take Refuge in the Three Gems and Keep the Five Precepts.*

7) *Cycle of Life.*

8) *Forty Years in the Dharma: A Life of Study and Service— Venerable Bhikkhuni Giới Hương.*

9) *Sharing the Dharma -Vietnamese Buddhist Nuns in the United States.*

10) *A Vietnamese Buddhist Nun and American Inmates.*

11) *Daily Monastic Chanting.*

12) *Weekly Buddhist Discourse Chanting.*

13) *Practice Meditation and Pure Land.*

14) *The Ceremony for Peace.*

15) *The Lunch Offering Ritual.*

16) *The Ritual Offering Food to Hungry Ghosts.*

17) *The Pureland Course of Amitabha Sutra.*

18) *The Medicine Buddha Sutra.*

19) *The New Year Ceremony.*

20) *The Great Parinirvana Ceremony.*

21) *The Buddha's Birthday Ceremony.*

22) *The Ullambana Festival (Parents' Day).*

23) *The Marriage Ceremony.*

24) *The Blessing Ceremony for The Deceased.*

25) *The Ceremony Praising Ancestral Masters.*

26) *The Enlightened Buddha Ceremony.*

27) *The Uposatha Ceremony (Reciting Precepts).*

28) *Buddhism: A Historical and Practical Vision.* Edited by

Ven. Dr. Thich Hanh Chanh and Ven. Dr. Bhikṣuṇī TN Gioi Huong.

29) *Contribution of Buddhism For World Peace & Social Harmony*. Edited by Ven. Dr. Buddha Priya Mahathero and Ven. Dr. Bhikṣuṇī TN Gioi Huong.

30) *Global Spread of Buddhism with Special Reference to Sri Lanka*. Buddhist Studies Seminar in Kandy University. Edited by Prof. Ven. Medagama Nandawansa and Dr. Bhikṣuṇī TN Gioi Huong.

31) *Buddhism In Sri Lanka During The Period of 19th to 21st Centuries*. Buddhist Studies Seminar in Colombo. Edited by Prof. Ven. Medagama Nandawansa and Dr. Bhikṣuṇī TN Gioi Huong.

1.3. THE BILINGUAL BOOKS (VIETNAMESE-ENGLISH)

1) *Bản Tin Hương Sen: Xuân, Phật Đản, Vu Lan (*Hương Sen Newsletter: Spring, Buddha Birthday and Vu Lan, annual/ Mỗi Năm).

2) *Danh Ngôn Nuôi Dưỡng Nhân Cách - Good Sentences Nurture a Good Manner*.

3) *Văn Hóa Đặc Sắc của Nước Nhật Bản-Exploring the Unique Culture of Japan*.

4) *Sống An Lạc dù Đời không Đẹp như Mơ - Live Peacefully though Life is not Beautiful as a Dream*.

5) *Hãy Nói Lời Yêu Thương-Words of Love and Understanding*.

6) *Văn Hóa Cổ Kim qua Hành Hương Chiêm Bái -The Ancient- Present Culture in Pilgrim*.

7) *Nghệ Thuật Biết Sống - Art of Living*.

1.4. THE TRANSLATED BOOKS

1) *Xá Lợi Của Đức Phật* (Relics of the Buddha), Tham Weng Yew.

2) *Sen Nở Nơi Chốn Tử Tù* (Lotus in Prison), many authors.

3) *Chùa Việt Nam Hải Ngoại* (Overseas Vietnamese Buddhist Temples).

4) *Việt Nam Danh Lam Cổ Tự* (The Famous Ancient Buddhist Temples in Vietnam).

5) *Hương Sen, Thơ và Nhạc* – (Lotus Fragrance, Poem and Music).

6) *Phật Giáo-Một Bậc Đạo Sư, Nhiều Truyền Thống* (Buddhism: One Teacher – Many Traditions), Đức Đạt Lai Lạt Ma 14th & Ni Sư Thubten Chodren.

7) *Cách Chuẩn Bị Chết và Giúp Người Sắp Chết-Quan Điểm Phật Giáo* (Preparing for Death and Helping the Dying – A Buddhist Perspective).

2.BUDDHIST MUSIC ALBUMS
from POEMS of THÍCH NỮ GIỚI HƯƠNG

1. *Đào Xuân Lộng Ý Kinh* (The Buddha's Teachings Reflected in Cherry Flowers).

2. *Niềm Tin Tam Bảo* (Trust in the Three Gems).

3. *Trăng Tròn Nghìn Năm Đón Chờ Ai* (Who Is the Full Moon Waiting for for Over a Thousand Years?).

4. Ánh *Trăng Phật Pháp* (Moonlight of Dharma-Buddha).

5. *Bình Minh Tỉnh Thức* (Awakened Mind at the Dawn) (*Piano Variations for Meditation*).

6. *Tiếng Hát Già Lam* (Song from Temple).

7. *Cảnh* Đẹp *Chùa Xưa* (The Magnificent, Ancient Buddhist Temple).

8. Karaoke *Hoa* Ưu Đàm Đã *Nở* (An Udumbara Flower Is Blooming).

9. *Hương Sen Ca* (Hương Sen's Songs).

10. *Về Chùa Vui Tu* (Happily Go to Temple for Spiritual Practices).

11. *Gọi Nắng Xuân Về* (Call the Spring Sunlight).

12. Đệ *Tử Phật* (The Buddha's Disciples).

Please consult the **Bảo Anh Lạc Bookshelf** at this website: http://huongsentemple.com/index.php/en/about-us/b-o-anh-l-c-bookshelf

47

Sống An Lạc DÙ ĐỜI KHÔNG ĐẸP NHƯ MƠ

**SỐNG AN LẠC
DÙ ĐỜI KHÔNG ĐẸP NHƯ MƠ**

******

**Live Peacefully
Though Life is not Beautiful as a Dream**

Thích Nữ Giới Hương

NHÀ XUẤT BẢN HỒNG ĐỨC

65 Tràng Thi - Quận Hoàn Kiếm - Hà Nội
Email: nhaxuatbanhongduc65@gmail.com
Điện thoại: 024.39260024   Fax: 024.39260031

Chịu trách nhiệm xuất bản
Giám đốc: **BÙI VIỆT BẮC**
Chịu trách nhiệm nội dung
Tổng biên tập: **LÝ BÁ TOÀN**
Biên tập: **Phan Thị Ngọc Minh**
Sửa bản in và trình bày: **TKN Viên Quang**

In 1.500 cuốn, khổ 13 x 21 cm, tại Công ty TNHH TM-DV Hải Triều ,Tp.HCM số 4908 - 2019/CXBIPH/18 – 96/HĐ. Số QĐXB của NXB:772/QĐ-NXBHĐ cấp ngày 22/11/2019. In xong và nộp lưu chiểu năm 2019. Mã số tiêu chuẩn sách quốc tế (ISBN) 978-604-86-8802-8